அவள் ஒருவளுக்கு

சமர்ப்பணம்

பதிப்பகம்

Aval Oruvalukku Samarpanam

Compiled by Solomon

 Special credits to Abitha, Dr.Niveditha and Dr.Nitin Chopra.

ISBN (Paperback) - 978-93-90724-25-3

First Edition : 2021

Book Design by POETRY WORLD

அவள் ஒருவளுக்கு சமர்ப்பணம்

தலைமை தொகுப்பாளர்

பார்கவி சிவபிரகாஷ்

தொகுப்பாளர்

எ.சாலமோன்

அவள் ஒருவளுக்கு சமர்ப்பணம்

அம்மா என்ற வார்த்தையை கேட்டாலே அனைத்து உயிர்களுக்கும் உள்ளத்தின் ஆழத்தில் இருந்து ஓர் புன்னகை பிறக்கும்.

ஒவ்வொருவருக்கும் ஒவ்வொரு விதமான உணர்ச்சிகளை கொண்டும், ஏக்கம், தவிப்பு, வலிகள் போன்ற ஒட்டு மொத்த உணர்வுகளை வரிகளாக கொண்டு படைக்கப்பட்டது இந்த கவிதை திரட்டு..

தலைமை தொகுப்பாளர்

இவள் திருமதி.பார்கவி சிவபிரகாஷ், மஞ்சள் மாநகரமான ஈரோட்டை சேர்ந்தவள். இவள் புனைப்பெயர் "கவியின் கவிதை". கணிதவியல் முதுகலை பட்டம் முடித்தவள். இன்று தன் கனவுகளை முழு மனதோடு ஆர்வமாய் பின் தொடர்கிறாள்.

தனது இன்ஸ்டாகிராம் பக்கத்தில் *(@kaviyinkavithai)* ஏறத்தாழ 2500க்கும் மேற்பட்ட குறுங்கவிதைகள், நீள்கவிதைகள் பல புனைந்துள்ளார். *Spectrum of thoughts*ல் இணை எழுத்தாளராகவும், தன் முதல் கவிதை திரட்டான *"Enticement of fondness*/காதலின் தாகங்கள்" தொகுத்துள்ளார். இப்பொழுது *Poetry World Organisation*ல் தலைமை தொகுப்பாளராய் பல கவிதை திரட்டினை வழங்கி வருகிறார்.

நீயே யாதுமாய்...

யாரும் அறியாவண்ணம்
தனியாய் அமர்ந்து வாய்பொத்தி சிந்தும்
அந்த சில நேர கண்ணீர்,
எனை மறந்து நீ விட்டுச்
சென்றதிற்கான கோபமும்,
உனக்குள்ளே மறைத்த வைத்திருந்த அந்த
நியாயமான தவிப்பும்,
இந்நிலை அறியாது நான் உனை பேசிக் கொன்ற
அத்துணை வார்த்தைகளும்,
நீ பேணி காத்ததின் நன்றி மறத்தலும்,
மரித்து போன என்னுயிரின்
தன்னந்தனியான தனிமை
யாவும் நிழலாடுகிறது
எனக்குள் யாதுமாய்...

கவியின் கவிதை

தொகுப்பாளர்

இவர் நாமம் சாலமோன். ஏ.

பொன்னி நதி பாயும் சோழர்களின் தலைநகரமாம் திருச்சிராப்பள்ளி உறையூரை சேர்ந்தவன்.

தனிமையை ரசிக்க கற்றுக் கொண்டவன், கனவுகளுக்கு உயிர் கொடுப்பவன்,எழுத்திற்கும் காகிதத்திற்கும் காதல் வளர்ப்பவன். தமிழ் மீது அதீத காதல் கொண்டவன்.

தற்போது முதுகலைத் தமிழ் இலக்கியம் நிறைவு செய்துவிட்டு கவிதைப் பயணத்தில் பயணித்துக் கொண்டிருப்பவன்.

நாவல்கள், சிறுகதைகள், கவிதைகள் வாசிப்பதில் ஆர்வம் கொண்டிருப்பவன்

நின் பாதத்தில் நிரம்பா கவிதை

எத்தனையோ முறை எழுத நினைத்தேன்
அத்தனையும் தோற்று விட்டேன் அம்மா.

கோடிக்கணக்கில் குவிந்த கவிதைகள் எல்லாம்
உன் பாதங்களில் இன்றும் நிரம்பவில்லை அம்மா.
ஆதாரம் நீயே அனைத்திற்கும் அடிபணிந்திட
ஆர்வம் கொள்கிறேனம்மா.
எத்தனை கோடி செல்வம் இருந்திடினும்
உன் அன்பின் செல்வம் விலை உயர்ந்ததம்மா.

கண் விழித்து பார்த்து கரங்கள் அணைத்து
காத்துந்தன் அன்பு என்ன விலை தகுமோ தாயே.
என் கண்ணில் தூசி பட்ட நொடி பொழுதில்
உன் கண்ணில் நீர் வந்துவிடுமே அம்மா.

அணையாத விளக்காய் உன் அன்பின் தீபம்
என்னுள் எரிந்து கொண்டே இருக்கட்டும்
அம்மா நான் இறந்தும் என் கல்லறையிலும்...

சாலா

உள்ளடக்கம்

அணையா விளக்கு

மங்கலான வெளிச்சம்

அரைகுறை தூக்க கலக்கத்தில் இரவும் நிலவும்!

அவளோ

கதிரவனுக்கே அலாரமாய்!

எல்லோர்க்கும் பிடித்ததே அவள் கைபிடிச்சோறு!

உப்பு கடுகு குடுவை உண்டியலில் குடும்பத்திற்கென

காப்பீடு!

இருபதில் மகளுக்கு மாமியார்

மகனுக்கு தோழி!

எத்துணை துயரத்திலும் சந்தோஷத்திலும் அவள் மடி

போதும்!

சட்டம் படித்தவளாய் வாதாடுவாள்!

எழுபதிலும் இளமையாய் மட்டுமே தெரிகிறாள்

பிள்ளைகளுக்கு!

அந்த வெளிச்சம் காட்டிய பாதையில் நான்!

அணையா விளக்காய் அவள் என் சந்ததிக்கும்!

ச.லெட்சுமி லிங்கம்

அம்மா

துன்பத்தில் உள்ள இன்பத்தை கண்டும்
சலிப்புத்தன்மையில் உள்ள ஆர்வத்தைக் கண்டும்

வானளவு அன்பு காட்டியும்
அதில் எள்ளளவும் குறையாமல்

மற்றவருக்கு காட்டும் மனிதத்தை நம்முள் புகுத்தியும்
மாமனிதியாய் விளங்கும்
மனிதக் கடவுள் தாய்

சீனிவாசன்.ரா

அம்மா உனக்காக இக்கவிதை

சுமந்த மாதம் பத்து
சுழித்தாயோ உன் முகத்தை
அங்கம் அங்கமாய் உருவாக்கி அழகு தங்கமாய்
ஈன்றவள் நீ
துயிலின்றி எந்நாளும் என்னை,
தூக்கி வளர்ந்தவள் நீயன்றோ
பூச்சிப் பொட்டு அண்டாம
பொத்தி வளர்ந்தவள் நீயன்றோ
நான் பசித்து அழுதால்
தாயே நீதாங்க மாட்டாய்,
மாரிலும் தோளிலும் தூக்கி
மாசு படாமல் காத்தாய்
ஏழேழு பிறவிகள் கண்டாலும்
உன் மடி நான் பிறக்க
என்ன தவம் செய்வேனோ!

சி.சதிஸ்
திருநெல்வேலி

அம்மா என்னும் விந்தை

உடலை தந்தாங்க உருவம் தந்தாங்க உயிரையும்
அவங்க தான் தந்தாங்க
உணவு தந்தாங்க பாசம் தந்தாங்க உணர்வும் அவங்க
தந்தாங்க
நல்ல பண்பும் கத்து கொடுத்தாங்க வாழ்க்கை தந்தாங்க
வாழ வழியும் சொன்னாங்க தன்னம்பிக்கை கூடவே
தந்தாங்க
சோர்ந்தப்போகையும் தூக்கி விட்டாங்க கஷ்டம்
தெரிஞ்சதில்ல
என்னிக்கும் இஷ்டம் கொறஞ்சதில்ல எதுக்கும்
ஆசபட்டதில்ல
எங்க ஆசை நடக்க மறுத்ததில்ல தந்து தந்து மட்டுமே
பழக்கப்பட்டு
தன் சொந்த விருப்பம் மறந்தாங்க எங்கள மட்டும்
சந்தோஷம்னு
நினைச்சு நினைச்சு பறந்தாங்க கோவம் வந்து
அடிப்பாங்க
பின்ன மருந்தும் போட்டு துடிப்பாங்க துணையா
எதிலும் இருப்பாங்க
அம்மா - மூனெழுத்து வார்த்தை தான் நம்மை இங்க
வாழ வைக்கும் விந்தை தான்

சந்தீப் குமார்

அம்மா என்று அழைக்க வா

பத்துமாதம் ஈருயிர் ஓர் மெய்யில்!
சிசுப் பாசத்துடன் கூடிய சிறைவாசம் அவளுக்கு!
பத்து நிமிடம் சேர்ந்ததில் பாவம்!
அவளுக்கு மட்டும் பத்துமாதம் தனிமை!
காலையில் தொடங்கும் காலை கலக்கம்!
மாலை வரை தொடரும் மயக்கம்!
இடையில் ஹார்மோன்களின் கண்டபடி இயக்கம்!
இருந்தும் அந்த பிஞ்சு கால்களால்!
எட்டி உதைக்கையில் பறந்துபோகும் வலிகள்!
பிரசவம் நெருங்க தொற்றிக்கொள்ளும் பெரும்பயம்!
சுகப்பிரசமா? சிசேரியனா என்ற பயம்!
இருந்தும் பிள்ளை நல்ல படியாக
இந்த உலகிற்கு வந்தால் போதும் என்பாள்!
எல்லாம் அம்மா என்ற அந்த!
ஒற்றை வார்த்தை காதில் கேட்க!
பத்து மாதம் அவள் படும்பாடு!

உதய குமாரன்

அம்மா துணை

பொய்யால் அழகான கவிதைகள்
தெரிந்தது நீ ஊட்டிய நிலா சோறுகள்
தேவதைகள் கதையில் நிழல்கள்
நிஜ தேவதை நீ இது நிஜங்கள்
காற்று காட்டாது ஏற்ற தாழ்வுகள்
பாகுபாடு பார்க்காத உன் பார்வைகள்
ஏழ்மையில் நீ ஊட்டிய பருப்பு சோறுகள்
ஏற்றாய் நீ அதனால் பல நோம்புகள்
கொதிக்கும் என் முழு உடல்கள்
சுட்டதோ உன் அளவுகடந்த பாசங்கள்
தினமும் உன் குரலின் ஓசைகள்
அதனால் இளைப்பாறும் என் இதயங்கள்
கன்னம் நினைய முத்தங்கள்
கணத்தில் ஆனதோ முத்துக்கள்
இவை யாவும் அம்மாவின் மந்திரங்கள்

பொன்.கலையரசன்

அவளதிகாரம்

உதிரம் உதிர்த்து உயிற்பித்தவளே...
தொப்புள் கொடியை வெட்டி திறப்பு விழா
கொண்டோமே நம் உறவிற்கு!
என் சிறு சினுங்கள்களின் அர்த்தம் புரிந்த அகராதியே!

தூக்கம் துளைத்த உன் இரவுகள் எத்தனை..? எனைத்
தூங்க வைக்க
ஓரெட்டு நான் வைக்க ஓயாது துள்ளி திரிந்தாய்...
ஒன்றும் புரியா என் உளறல்களை
வள்ளுவன் பாடா அதிகாரமென சொல்லித் திரிந்தாய்...

விழுந்தது நான் என்றாலும் எனக்கு முன் கலங்குவது
உன் கண்கள் தானே..!
பக்குவமாய் பார்த்து பூசும் திருநீற்றில்
பகுத்தறிவை உடைக்கிராய் என்றுதான்
புரிய போகிறதோ உனக்கு என் கடவுள் நீ என...
அம்மா!

சிவநந்தினி. சோ

அவளின் அழகுரு

அவள்...அன்பின் ஊற்று!
அக்கறையின் பெட்டகம்!
பிள்ளைகளின் இதயத்துடிப்பு!
வீரத்தின் விளைநிலம்!
பிறப்பு-இறப்பு போராட்டம் - அதில்
அன்பு மட்டுமே ஆயுதம்!
நான் மற்றவர்களுக்கு அழகில்லை
என்றாலும் அவளுக்கு நான்
சிப்பிக்குள் இருக்கும் முத்து!
அவள் ஒருவளே எந்தன் சொத்து!
நான் அவள் மீது கொண்ட காதல்
என்றுமே தோல்வியை தழுவாது!
என்னை பூமிக்கு கொண்டுவந்த
தேவதைக்கு என் மொத்த உயிரும்
உணர்வும் சமர்ப்பணம்....

ஸ்ரீ நிதி தனசேகரன்.

அவளுக்காக

எள்ளி நகை சூழ்ந்தப் போதும்
எனக்காக எதிர்த்தவள்

கால் இடறி விழுந்த போதும்
இடறிவிட்டதாய் தரையை அறைந்தவள்

தவறென செய்தப் போதும் தண்டித்து
அழுகுரலை மீண்டும் ஆனந்தமாய் மாற்றியவள்

திக்கித் திணறி சொற்றொடர் அமைத்த போதும்
திகைப்புடன் அமர்ந்து ரசித்தவள்

களைப்பின் ஓசை ஒலிக்கும் முன்பே
அதன் வேரினை அறிந்து தீர்த்தவள்

என்செய்வேன் - ஆயுள் முழுதும்
உன் மனசலனமில்லா உறவாக வாழ்ந்திடுகிறேன்
இதை விட வேறென்ன கைமாறு யான் செயலாகும்...!

சாம் சிபி

அவளே என் அகிலம்

ஆயிரம் நடிகர்கள் உலகில் இருப்பினும்
நான் மட்டுமே அவள் தேசத்து நாயகன்!
நித்தமும் எனக்காய் யுத்தங்கள் கடந்து
சத்தமின்றி ஆசை முத்தங்கள் பதிப்பாள்!!

பிஞ்சுப் பருவத்தின் முதல் அழகாம் கொஞ்சலிலே,
ஆயிரம் கோட்பாடுகள் வகுத்தவளவள்!
இந்நொடியும் இளைப்பின்றி
இன்பத்தை மட்டும் கொடுத்தவளவள்!!

இன்னுயிர் கொண்டு என்னுயிர்
காத்து இவ்வுலகை ஆள அழைக்கின்றாள்!
இயற்கையும் இறைவனும் ஒன்றாய் சேர
அவள் வடிவில் இனிதே கண்டிடுவேன்..!

சி.ஆர்.சந்தோஷ்

அவளில்லாமல்

என் அன்பே என்னை விட்டு எங்கே பிரிந்துசென்றாய்?
உன் மடியில் கிடந்த நான் இன்று தரையில்
கிடக்கிறேனே, ஓ...
நீ மண்ணின் மடியில் உறங்குகிறாயோ! எங்களுக்கு
சேவை செய்து களைத்து விட்டாயோ! ஒய்யாரமாய்
ஓய்வு எடுக்கிறாய்...
ஒவ்வொரு நாளும் உன்னோடு வாழ ஆசைப்பட்ட
எனக்கு உன் நினைவுகளோடு மட்டும் வாழும்
வாழ்க்கையை கொடுத்துவிட்டாய்...
உன் நினைவுகள் மட்டுமே என் நிதர்சனமான
உண்மை என்றாலும்
அதை நிரந்தரமாக ஏற்க என் இதயம் மறுக்கிறது...
ஏக்கம் கொண்ட பார்வையில் நான்...
எக்காளமிடும் உலகம் என் உயிராக இருந்தவள்
என் உள்ளத்துடன் கலந்துவிட்டாள்
உணர்வுகள் அசைபோடுகின்றன
உள்ளங்கள் தடுமாறுகின்றன அவளில்லா வாழ்க்கை
பாதையில்லா வழி போன்றது
கடக்க முயற்சிக்கிறேன் காலத்தின் துணையுடன்..

தேவகி மாதையன்

அன்பின் அட்சயபாத்திரம்

ஒருதுளி மழையாய் உதிர்ந்தவன் என்னையே..
உன்னுதிரம் உருக்கி உணவூட்டிய அன்னையே....
சிறகொடிந்து கிடந்தவனை சிதைந்திடாதிரு என்று...
கருப்பு சிறையடைத்து காத்தாயடி அன்று....
என் முகமது ஒளி வீசி உதிக்கும் முன்பே
நின் முழுமதி பொழுதும் எனக்கென ஆனது அன்பே...
மூச்சுவிட பழகுமுன்னே மூன்றெழுத்தை ஊட்டி
வளர்த்தவளும் நீயே... ஊனுருவம் பெறுமுன்னே
உன்னையாளும் அரசனாக்கி
அழகுபார்த்தவளும் நீயே.
வலி பெறும் முன்னே
மறந்து என்வாயுளரும்
ஒரு பெயர் அம்மா...
வலியெலாம் சுகமென எண்ணி
என்னை உலகில் கொடுக்க
சுமந்து சிரித்தவள் அம்மா...

மணிகண்டன்.அ

அன்பின் மனித உருவானவள்!

உலகம் எனும் கோலத்தை அலங்கரிக்கும் அன்பின் புள்ளியே!
பத்துமாத வலியையும் தன் பிஞ்சுக்குழந்தையின்
சிரிப்பில் புதைக்கும் தியாகமே! நேரத்திற்கு உனக்குப் பசியில்லை!
உன் குழந்தை முகம் வாடினால் உனக்குத்
தூக்கமில்லை
அப்பாவின் அதட்டலால் மிரண்டோடி வரும்
குழந்தையை
அன்பாகக் கட்டியணைக்க உன்னைத் தவிர இங்கு
யாருமில்லை!
வீட்டை சுத்தம் செய்துவிட்டு,கணவரை அலுவலகம்
அனுப்பிவிட்டு
குழந்தைக்கு வயிறார ஊட்டி விட்டு, வீட்டுத்
திண்ணையில் பெருமூச்சோடு நீ அமரும் போது
கடவுளும் தோற்றுப் போகிறான்!
உன் தோற்றத்தில் அவன் என்றும் வாழ்கிறான்!
தோளில் தூங்கும் குழந்தை, தோளும் வலிக்கிறது!
கையில் கட்டைப் பை, கையும் வலிக்கிறது!
இருந்தும் தட்டுத்தடுமாறி நடக்கிறாள்!
தன் குழந்தையின் தூக்கம் கலைந்து விடுமோ என்ற
அச்சத்தில்!
நீ மட்டும் தான் இங்கு அன்பின் மலர்வனம்!
உன் ஒருவளுக்கு மட்டுமே இவை சமர்ப்பணம்.....!

சி. வேல்முருகன்

அன்பின் வடிவம் அம்மாவுக்கு

மனதில் இருக்கிறாய் என்பதைவிட மனதாய்
இருக்கிறாய் நீ,
கண்ணின் கருவிழியாய் நினைத்து,
கண் இமை போல் காப்பது நீ,

விண்மீன்களாய் தெரியும் ஆயிரம் பேர்களுக்கு
மத்தியில்,
எனக்கு விடியலை உணர்த்தும் விடிவெள்ளியாய்
தெரிவது நீ,
வாழ்க்கை என்னும் கடலில் கட்டுமரமானாலும்,
பாய்மரமானாலும்,
கவிழாமல் , பாதிவரை பயணித்ததன் பரிசு நீ,,

என் மகிழ்ச்சியும் நீ, மன தைரியமும் நீ,
அன்பும் நீ, ஆதரவும் நீ, இன்பமும் நீ, ஈகையும் நீ,
உண்மையும் நீ, ஊக்கமும் நீ, எல்லையும் நீ,

ஏகமும் நீ, ஐயமும் நீ, ஒவ்வொரு நிமிடமும் நீ
ஓயாத துடிப்பும் நீ, உள்ளமும் நீ,உயிரும் நீ,
உலகில் எனக்கென வாழும் ஒரே ஜீவனும் நீதான்,
அம்மா..

ராமர் முருகேசன்

அன்னையே

கருவென அடி சுமந்து-முழு
உருவென மடி சுமந்தாய்!

பழுதென நான் போயிடாது,
விழுதெனத் தாங்கி பிடித்தாய்!

சிறிதென வலி வரினும்,
பெரிதென நீ துடித்தாய்!

வறுமையென வந்த போதும்,
பொறுமையென இல்லம் காத்தாய்!
தனக்கென ஏதும் கொள்ளாது,
எனக்கென சேவை செய்தாய்!
உனக்கென உள்ள திறமையும்,

எதுக்கென ஏனோ மறைத்தாய்!
நிறையென உறவு நிலைக்க,
குறையென கொள்ளா அன்னையே!

அகல்யா

அன்னையே...! உன்னை சரணடைந்தேன்

அன்பென்ற மழையில் நனைந்தேன்.
அள்ளி அள்ளித் தெளித்து மகிழ்ந்தேன்.
அளவில்லாமல் உற்சாகம் பொங்கவே.
அத்தனை ஆனந்தமும் அணைத்துக்கொள்ள.
தாயே...! என்னுயிர் காரணியே.!
என்னுள்ளம் நிறைந்த பிறையே!
எனக்கென அனைத்தையும் தாங்கிக் கொண்டாய்.
உனக்கென உன்னைத் தாங்கமாட்டேன்.
நீ தந்த இவ்வுயிர் உள்ளவரை.
நீ தந்த இக்குருதி ஓடும்வரை.
நிற்காமல் பயணிப்பேன் உனக்காக.
எல்லையில்லா வானம் வரை ஓடுவேன்.
கடலளவு அன்பால் பிறப்பித்த என்னை,
இப்புவியை காட்டிய என் ஆருயிர் அன்னையே!
உன்னை சரணடைந்தேன் உன்னுள்ளே!

Dinesh

உடலுயிரளித்த என்னவளுக்காக

மூன்றெழுத்து மந்திரமே!
அம்மா! உணர்த்துவாயே
இவ்வுலகின் உணர்வுகளனைத்தையும்... ஆயிரம் உறவு
என்னை நேசித்தாலும் உனது ஒற்றை உறவிற்கு
ஈடேதம்மா!
உன் அரவணைப்பை விட எனக்கு பாதுகாப்பான
இடம் இவ்வுலகில் வேறில்லையே! சிறு அணு கூட
என்னை தீண்டாவண்ணம்
கண்ணிமைக்காமல் காக்கும், உனது அன்பை கூற
கல்தோன்றி மண் தோன்றா காலத்தில்
தோன்றிய செந்தமிழிலும் சொல்லில்லையே!
எனக்கு உடலுயிர் அளித்தவளே!
இறைவன் என் முன் வந்தால் வரம் கேட்பேன்!
நானின்றி நீயும் நீயின்றி நானும் வாழ
இயலாதென்பதால்
இருவரது இறப்பும் ஒரு முடிச்சியில் இருக்க
வேண்டுமென்று....

துர்காஜெயசமுத்திரம்

உதிரத்தை உணவாக ஊட்டிய உத்தமி

ஈரைந்து மாதங்கள்

இணையில்லா இன்னல்கள் தாங்கி

ஈன்றாயே என்னை

உன் உதிரத்தைப் பாலாக்கி

உவந்திட்ட மனதோடு அதை

உணவாக ஊட்டிட்டாய்

வளரும் பருவங்களில்

வரையாத பாசந்தனை குறையாமல்

வாரி நீ வழங்கிட்டாய்

எத்தனை சொந்தங்கள்

எனக்கிங்கு இருந்திடினும் அவை

உன்னொருத்திக்கு ஈடாகுமா?

என் ஜென்மங்கள் எத்தனையோ

அத்தனைக்கும் நீயேதான் வரவேண்டும்

அரவணைக்கும் அன்பு அம்மாவாய்....

மெ.அ.கிளைக்ஷன்

உயிர்மெய் மொழி அம்மா

மழையில் நனைந்த என்னை பார்த்து வீடே திட்டியது..
அம்மா மட்டும் தான் பாழப் போன மழை என
மழையை திட்டினாள்.. விறகு அடுப்பு புகையால்
மூச்சுத் திணறும் போது அத்தனை பேரும் அம்மாவை
கோபித்தார்கள்.. ஆனால் அவள் மட்டும் தான்
அடுப்புக்கு மிக அருகில் இருந்தாள். பண்டிகைக்கு
செய்த பலகாரங்களை
பூஜைக்கு முன்னதாக. அம்மாவுக்கு தெரியாமல்
தின்றதும்
அதை சாமிக்கு தெரியாமல் எங்களை மன்னித்ததும்
வரங்களின் வரிசையில் திருமணமான பெண்
பிள்ளைகளை நினைத்து
காலம் முழுக்க பாசம் சிந்தினாள். தன்னோடு இருக்கும்
மகனை நினைத்து
வீடு முழுக்க நேசம் சிந்தினாள் சாப்பிட்டியாடா என்று
என்னை கேட்கும்
போதும் இன்னும் சாப்பிடுடா என்று கண்டிக்கும்
போதும்
அவள் சாப்பிட்டிருக்கவில்லை. இன்னுமாடா தூங்க
வில்லை என்ற இரவிலும் அவள் தூங்கியிருக்க
வில்லை.. இன்னுமாடா தூங்குற என்ற காலையிலும்
அவள் தூங்கிக் கொண்டிருக்க வில்லை.

அவள் தூங்கியதையும் சாப்பிட்டதையும் பார்த்த
நாட்களை விரல் விட்டு எண்ணி விடலாம்.. கண்ணீர்
விட்ட நாட்களை கைக் கொண்டு அள்ள முடியாது
அவள் நம் கையை விட்டு போன பின்னான
நாட்களை
எண்ணினாலும் நகர்த்த இயலாது.

இளந்தென்றல் திரவியம்

உன்னைப்போல் யாருமில்லை

அம்மா!

கடனில் தவித்தாலும்

கடமையைத் தவிர்க்கவில்லை

கண்ணீர் வந்தாலும் கண்களைக் கசக்கியதில்லை!...

தனியாய் வாழ்ந்தாலும் தன்மானம் இழந்ததில்லை

தங்கமே தந்தாலும் தடம்மாறிச் சென்றதில்லை!...

சேலைத் துவைத்தாலும்

சேற்றுவாசம் மாறவில்லை

சாய்ந்து படுத்தாலும் சற்றுப்பசி வந்ததில்லை!...

பாமரப் பிள்ளையென்று

படிப்பை நிறுத்தவில்லை - நான்

பதவிக்கு வந்தாலும் பணத்தாசை உனக்கில்லை!...

உறவுகள் இருந்தாலும்

உள்ளங்கை நீட்டவில்லை உழைத்து வாழ்ந்தாலும்

உன்னைப்போல் யாருமில்லை!....

சோலைராஜா

எங்கள்வீட்டு மகாராணி

அம்மா..
கொஞ்சம் கோவக்காரிதான்
அதீத அன்புக்காரி.....
அனுசரித்து போவதில் அகிலத்தையும் வென்றிடுவாள்....
அவளின் சுவாசவங்கியில்
நோகாமல் எனை பக்குவமாய்
அடைகாத்தவள்...
மிடுக்கான தோரணைகளை தூரத் தள்ளிவிட்டு,
எனக்காய் நோம்பிருப்பவள்...
அளவாய் பங்கிட்டு பகிர்கையில்
பரமனையும் தோற்கடிப்பாள்...
வெள்ளந்தி சிரிப்பின் சொந்தக்காரியும் அவளே..!
எங்கள் வீட்டின் எல்லாவுமாய் வாழும்
தெய்வப்பெண்ணானவள்....
என்று மறவேன் உனை அம்மா!

சந்தியா ரெஜி

எத்தனை கோடி தகும்?

மகிழ்ந்(தாய்) என்னை மகிழ்வித்து
சிரித்(தாய்)என் சிரிப்பினை கண்டு சிதைந்(தாய்)
என் சினுங்களைக் கண்டு
சினந்(தாய்)என் சோம்பலை கண்டு.

ஒருபோதும் கண்டதில்லை உன் சோர்வை..
எப்போதும் ஓய்ந்தது இல்லை உன் சேவை!

என்னை தாலாட்டிய உன்னை,
நான் சீராட்ட வேண்டும்.
உன் புன்னகையில்..
நான் பூரிப்படைய வேண்டும்.

அன்னையே,
எத்தனை கோடி தகுமோ!
உன் அன்பிற்கு..
அத்தனையும் பெறவேண்டும்
ஏழு பிறவிக்கு!

ஹரிசுதா..

என் அன்னை

அந்திப் பகலாய் நொந்து சுமந்து,
தொந்தித் தெரிய வலிகள் பலத் தாங்கி, உந்தித் தள்ளி
உன் உந்திப்புலக்கொடி இணைந்து ஜனித்தேன்
ஆதி முதல் அந்தம் வரை தாயின் அரவணைப்பிலே!
கண் விழித்ததும் உன் மனோகரம் கண்டேன்!
அகரத்தில் உதிக்கும் அம்மா என்ற சொல்லே
உலகனைத்தையும் நொடிப்பொழுதில் அளக்கும்
ஆயுதமாகும்...
என் புன்முறுவல் காணவே
ஈரேழு உலகத்தையும் சுற்றி வருவாயே!
கல்வி கற்றதில்லை; கயமை கொண்டதில்லை!
தன் செந்நீரையே பாலாக்கி ஊட்டினாயே!
துஷ்டனைக் கண்டால் தூர விலகு
என்பதை மட்டும் கஷ்டம் நேர்கையில்
செவியோரம் கூறுவாள்!
ஏழு கடல் தாண்டியாயினும் உன்னை
என் மகளாக ஈன்றெடுப்பேன்...

தேன்மொழி

என் அன்னைக்கு நான் அன்னையாக

எண்ணமெலாம் உறைந்தெங்கும் நிறைந்துள்ள எந்தாயே!
மண்ணுள்ளே போகிடும்முன் மடிமீது சிரம்சாய்த்து
விண்ணளவு விரிந்திடுமுன் முகமொன்றைக் கண்டிறந்து
மீண்டெழவே ஆவலம்மா உமக்கொரு அன்னையாக!
முன்பொருநாள்,
இடுப்புவலி உயிர்குடிக்கக் கண்ணீரும் கரைந்துருக
துடித்துடித்து வயிற்கிழியத் தொப்புள்க்கொடி
உறவுவொன்று
எடுப்பாகப் பிறந்ததம்மா! உன்கண்ணீரில்
குளிர்ந்ததம்மா!
மற்றொருநாள்,
வெள்ளிக்கிண்ணம் உணவுடைத்துத் தீநெய்தாம்
அதில்கலந்து
பிள்ளையெனக்கு நிலவிலே வடைசுட்ட கிழவியோடு
கள்ளமுள்ள பூச்சாண்டி வருகை எனக்கதை காட்டி
உணவூட்டினாய்
இன்றொருநாள்,
எனக்கென்று தருவித்தால் தாயேயுன் கபடற்ற
மனங்குளிரப் பாவிநான் உனையீன்று உணவூட்டி
வனப்பாக மையிட்டுத் தாலாட்டி மகிழ்வேனே போதாது,
இந்நாளொன்று எனதுள்ளம் ஏங்குதே என்செய்ய?
புதிதெனப் பிறப்பினை மீண்டடைய வேண்டுமே!
அதிலும் அன்னை நானே என்றாகி, தோள்மீது கொள்ள
வேண்டுமே

ஜெ.கார்த்திக்

என் ஆத்தாள காணலியே...!

கரிசக்காட்டில் கால் முளைத்த
குறுஞ்சிப்பூவே...செல்வமே...சீனிச்சாறே...
என ஆத்தா சீராட்டி பசியாற பால் கொடுத்தா... !
பனைஓலை கீத்த முடைஞ்சு
பள்ளிக்கூடம் கொண்டு விட்டா...!
விறகு பொறுக்கி சோறாக்கி
ஆசையா நா திங்க பார்த்திருப்பா...!
நூறு சொந்தமில்லை ஊரும் சொந்தமில்லை,
எஞ்சாமி உன்னவிட பேர்ப்பணம் ஒன்னுமில்லே
சொலவடை சொல்லி கனா நூறு தினம் கண்டா...!
வலியருவா அவதாங்கி
என் கொடிய தழைக்கவச்சா,,,!
வாடி நான் நின்னா ஏங்கித்தான் போயிருவா...
ஆலமரமா நான் நிக்கேன்
அந்தால நின்னு பாக்ககூட என் ஆத்தாள காணலியே...!

Mohan Raj

என் உணர்வை உணர்ந்தவள்

நான் இன்று விழுந்ததும்
உச்சரித்த ஒரு சொல்- என்
வாழ்க்கையில் பேசிய முதல்சொல்
இரண்டும் ஒன்றுதான்-அம்மா
என் அழைப்பைக் கேட்டு
அனைவரும் வந்தனர்
நீயும் வந்தாய்
மற்றவர்கள் வந்தது
என் குரல் ஒலி உணர்ந்து
ஆனால்
நீ வந்தது
என்னது வலியை உணர்ந்து
நான் மறந்துவிட்டேன்
உன் வலியை உணர
என்னை மன்னிப்பாயா?
அம்மா...

பிரமு அம்மாள். ச

என் மனதின் சூடாமணி

அம்மா..! நான்..!

மண்ணில் ஜனனம் எடுத்தேன். குழந்தையாய்
அழுதேன்,
கூர்மையானதென்று தெரியாமல் இடித்தேன்!

மீண்டும் அழுதேன், சூடானதென்று தெரியாமல்
தீண்டினேன்!
மீண்டும் அழுதேன், வழுக்குமென்று தெரியாமல்
விழுந்தேன்!

மீண்டும் அழுதேன், இமைப்பொழுதும் அவளின்
கண்முன்,
அழுகும்போது, உள்ளே வலித்தாலும் என்னை
சீராட்டி சிரிக்க வைத்தாள்! இன்று! வளர்ந்தேன்..!

எத்தனையோ வலிகளைக் கடந்து வந்தாலும்
அவளின் ஒற்றை புன்சிரிப்பு காயங்களை
பாராட்டாமல் சீராட்டாமல் ஆற வைக்கிறது.

காரிகா

என் முழுமதியே

இதயமே..! என் இல்லத்து இளவரசியே! ஆலயம்
செல்ல மனம் மறுக்கின்றது... அகல்விளக்காய் என்
அருகில் நீ இருக்கையிலே...!
உயிர் கொடுத்தாய் உன்னை
துயரப்படுத்தி...உணவளித்து ஊக்குவித்தாய் உடல்
உருகி உருகி... ஆம்....! உறங்கினேன் சுகமாக...
சுகமான உன் தாலாட்டினால்...! உண்மை காதலை
உணர்ந்தேன்...
உலகத்தையே கண்முன் கண்டேன்... உன்மூலம்...!
எதிர்பார்ப்பில்லா உந்தன் அன்பு... எதிலும் தோன்றும்
அரவணைப்பு...
என் அன்பு அன்னையே...! கலங்குகிறது இதயம்...
ஆனந்த கண்ணீர் வாயிலாய்...உந்தன் காதலை கண்டு...!
கருவறையில் சுமந்தாய் வலியினால் வருந்தி...
காலம் முழுதும் உம்மை சுமக்க விரும்புகிறேன்...
என் வரமாய் கருதி...பாசத்துடன் நேசத்துடன்...!

வர்ஷா

என் மூன்றெழுத்து தாரகை..

அவளுக்கென மட்டுமே வாழாத ஓர் ஜீவன்
அவளவனுக்காய் ஈறுடலை ஒருடலில் சுமக்கிறாள்..
அவளது மழலைக்காய் மறுபிறவி எடுக்கிறாள்..
அவள் குருதியை குறுக்கி பாலாய் பகிர்கிறாள்..
அவள் துயில்களைகிறாள் அம்மழலை
துயில்கொள்ளவே..
அவள் கால் சக்கரத்தாள் ஒய்வொன்றெடுத்தாலும் கூட...
அவள் சேவையும் வற்றாமலோடும்
ஓடையுமொன்றுதானே.!
அவள் கண்ணீரில் கல்லும் கரையுமே!
அவளும் பித்துதான் இந்த பித்தச்சியையும்
பத்துமாதம் சுமந்தீன்றாளே!
அவளும் வின்மீன் தான் எம்குடில்சந்திரனுக்கு
துணையாவதாலே!
அவளை இருளாக்கி அவளவர்களுக்காய்
ஒலியாய்வதாலே,
அவள் ஒருவளுக்கே சமர்ப்பணமாகும் மந்திரம்..
அம்மா..என் வானின் மூன்றெழுத்து தாரகை.!

வித்யா மதுசூதனன்

என்றும் நமக்கானவள்

உச்சி முகர்ந்து முத்தமிட்டு
நமை ரசித்தவள்,
சுமை சுமந்து பாடுபட்டு,
நமைக் காத்தவள்,
மாதம் பத்தென்றாலும் தவம் ஒரு
யுகம் செய்தவள்,
தனக்கென்று சேர்க்க சுயநலமும் இல்லை,
பிறர்க்கென்று கோர்க்க பொதுநலமும் இல்லை,
அவள் உனக்கே சேர்ப்பவள்..
நீ யாதாயினும் உனையே ஏற்பவள்..
அத்தகு உறவென்றால் அது தாயே,
அவளிற்கு உயிரென்றால் அது நீயே....

Abish. S. H

என்னவளுக்காக

கிரீடம் அணிந்திடாத மகாராணியே...
சிம்மாசனத்தில் அமர்ந்திடாத எங்கள்
குடும்பத்தலைவியே...
பட்டங்கள் பெற்றிடாத ஆசானே...

எங்கள் வலி தீர்க்கும் அறிய வகை மருந்தே...
ஏற்றிய தீபம் போல் எப்பொழுதும்
புன்னகையுடன் தரிசனம் அளிக்கும்
எங்கள் வீட்டின் குத்துவிளக்கே...

உனக்கு நன்றி சொல்ல எனக்கு
இந்த ஓர் ஜென்மம் போதாதம்மா!
இருண்ட வானில், பௌர்ணமி திருநாளில்
காட்சியளிக்கும்
முழு நிலவினைப் போல், உன் முகம் என்றும்
மலர்ந்திருக்க வேண்டும் என்ற ஆசையுடன்...
உன் அன்பு மகள்!

N. Divya Dharshini

என்னை எழுதியவளுக்கு

அம்மா - சிறந்ததொரு கோவில் இல்லை
கருவறை இருளிலும் தொப்புள்கொடி தீபம் தந்த
இறைவனாய் பூமியின் மேலே! உதைக்கயில் என்
கால்கள் வலிக்குமோ என்று கலங்கிய கண்கள்
சிந்தனை முழுதும் என்னைப் பற்றி வலிகள் நிறைந்த
உள்ளம்
ஆனால், என் வயது மீறினாலும் என்மீது குறையாத
செல்லம்!
உன் மனம் கல் இல்லை அதனால் தான் உனக்கு
எங்கும் கோவில் இல்லை
என் மனத்தைத் தவிர! அமுதத்தைப் பிசைந்து
அன்போடு ஊட்டிய அன்னையை! இந்த அன்பு
மகனின் ஆறாம் விரல் பரிசு..... கவிதை
அம்மா! என் முதல் காதலி..
என்னை எழுதிய கவிதை... அவளுக்காக ஒரு
கவிதை...
உருவமில்லாத என்னை உள்ளத்தில் நினைத்து உயிரில்
வளர்த்தவள் நீ...
ஒரு பிறவி நான் எடுக்க மறுபிறவி நீ எடுத்தாய்....
பள்ளிக்கூடம் நான் செல்ல புத்தகப்பை நீ சுமந்தாய்....
பொய்கள் கூட அழகு தான் சோறு ஊட்ட நீ.....
சொல்லும் போது

சொர்க்கம் கண்டேன் பல முறை உன் மடியில்!

இன்னும் ஓர் ஜென்மம் வேண்டும்.

மகளாய் நீ பிறக்க.... மார்போடு நான் அணைக்க!

M.Nellaiyapparaja

என் வானத்தின் நட்சத்திரம்

அன்பு யாரிடமிருந்து வேண்டுமானாலும்
கிடைக்கலாம்
ஆனால் தாயின் அன்பிற்கு இணை
எதுவும் இல்லை
அகிலத்தில் அன்புள்ள நெஞ்சங்கள் யாவும்
வானத்தில் மின்னும்
நட்சத்திரங்கள் தான்
ஆம் இவள் என் வானத்தின் நட்சத்திரம்தான்
பாசத்தினால் ஏங்கும் குழந்தைகளிடம்
காட்டும் அன்பு
இவ்வுலகத்தின் அழியாத அன்பே
ஆயிரத்திற்கு நிகர் இருப்பினும்
என் லட்சத்தின் ஒரு நட்சத்திரம் என் அம்மா
என்று முற்றுப்புள்ளி வைக்கிறேன்...

பா. ஹரிஷ்

கண் கண்ட தெய்வம் அம்மா

கருவில் சுமந்தாள்
கண்மணி என்றாள்

கண் படாமல் பார்த்துக் கொண்டாள்
கற்றுக் கொடுத்தாள்
கண்ணீர் துடைத்தாள்

கவலை மறக்கச் செய்தாள்
கஷ்டத்தில் கரம் கொடுத்தாள்
காலம் கற்பித்தாள்

இன்று,
என் கவிதைக்கு
காரணமாகிறாள், அம்மா

கார்த்திக் ரவிக்குமார்

கரு வலி

அண்டத்தில் கரு முளைத்திட்ட நொடியிலிருந்தே
அங்கமெல்லாம் நீ உணரும் வலியை
படித்தறிந்திருக்கிறேன்...
உன் வயிற்றுக்குக்கூட உணவது செல்லாமல்
குடல் குமட்டும் வலியை பொறுத்து எனக்காக
வேண்டாதவையெல்லாம் உண்டாயே...
உண்டதும் வெளிவரும் உணவதும் உன் வலி
சொல்லும்...
கால்களது தள்ளாடும் வலியில் முதுகது
முழங்கால் வரை குடையும் பாரமது பலமடங்காக
கூடும்...
பனிக்குடம் உடைந்து மின்னலென வலியது
இடுப்பெலும்பை வெட்ட உயிர்ப் போகும் வலியில்
துடித்தென்னை பெற்றெடுத்தாயே..
வழிந்தோடும் உதிரத்தை பாரமெனக்கருதாது
என் பசிக்காக உன் உதிரத்தை பாலாக்கி
உணவாக எனக்களித்தாயே.. இரவெல்லாம் உன்
உறக்கம் தொலைத்து வழிதிறந்து என் இமை
மூடச்செய்தாயே... பல வலிகளைக்கடந்தும்
என் புன்னகையில் உன் வலி தொலைக்கிறாயே...
இனி ஒரு பிறவி இருப்பினும் உன் வலிக்கு ஈடாய்
என்னால்
எதை கொடுத்திட இயலும்?

மகள்

கோதையின் குலமகள்

பேரண்டப் பேரழகி மாபெரும் சிரிப்பழகி
கோதையின் குலமகள்
உயரெண்ணம் தான் கொண்ட தேவதைத் திருமகள்
செய்தது தவறெனில் கோபத்தோடு வெகுண்டெழுவாள்
பின் மடிமீது எனையமர்த்தி தலைகோதி காதோரம்
கதை கதைப்பாள்
நான் உண்டு பின் உண்பாள்
உடல் மெலிந்து உயிர் களிப்பாள்
நாம் பார்த்த முதல் கடவுள்
நாம் பேசிய முதல் சொல்
எந்நன்றி செய்தாலும் தாய்க்கான
நன்றிக்கீடில்லை உலகிலே
பத்துத்திங்கள் வலியோடு காத்திருந்து
எனைப் பெற்ற தாய்க்கு சமர்ப்பணம்.

ம.கோ.மதன்

தந்தையுமானவள்

கருவில் சுமந்தாய்
உயிரை கொடுத்தாய்
உதிரத்தை ஊட்டினாய்
உன்னிடத்தில் கண்டேன்
பெற்றவனின் சாயலை.
வலி கொடுத்து பிறந்தேன்
வழி வகுத்து கொடுத்தாய்
உன் கைகோர்த்து நடந்தேன்
உன் நிழலில் இளைப்பாறினேன்
கலைமகளே! என் திருமகளே!
நான் கண்ட பெண் தேவதையே
உன் தியாகத்தை எடுத்துரைக்க
எழுத்தாணியும் இல்லை
அகராதியில் வார்த்தையும் இல்லை
உன் மகளாக வாழ என்தவம் செய்தேன்!

அருள்.ப

தாயின் காதல்

கண்ணுக்குப் புலப்படாமல் எங்கேயோ இருந்த நான்,
உன்னோடு வாழும் வாய்ப்பிற்காக,
பலருடனான போட்டிகளையும் கடந்து,
முந்திக் கொண்டு முதலில் வந்த எனக்கு,
உனது கருவுக்குள் எனக்கென இடம் தந்தாய்,
அழகிய உன் முகத்தில் இன்பச் சிரிப்பை காண்பதற்கு,
பல வலிகளை கடந்து வந்து சேர்ந்தேன் உன்னிடத்தில்,
உடல் வழி வேறுபாடு இருந்தாலும்,
உயிரும் உணர்வும் ஒன்றுபட்டு வாழ்கிறோம்,
மீசை முளைத்த பருவமாயினும் - தயக்கமின்றி,
ஆசையுடன் அணைத்து முத்தமிடும் ஒரே பெண்மணி.
என்னோடு வாழும் - எனக்கென்றே வாழும்,
முதல் பெண் இவள், இல்லை முதன்மை ஆனவள்.
என் விழிவழியே ஆயிரம் பெண்கள் கடந்தாலும்,
நான் கொண்ட முதல் காதல் நீ அம்மா.

நா. கார்த்திக் ராஜா

தாயின் தவிப்பு

வெற்றிலைக் கமுகும் வாழையும் பந்தலுமிட்டு
பந்திக்கு பந்தம்சே ர்த்தேன்உன் பிரிவிற்கு,
இன்றுன் மணநாள், களிப்புக்கும் கசப்புக்கும்
மத்தியிலென் மனந்த விக்கும் நாள்!

என்கரம் விடுத்தாய் கணவர்க்க ரம்பற்றிடவே
என்துணை நீயன்றோ என்செய் வேனென்
அன்பே? நீவிரும்பு மூனெல்லாம் இவ்வீட்டு
அடுப்பினிற் தான்சமை ந்திமோ இனிஅன்பே!

நின்பிறந்த நாளன்றே நும்பாட்டி சொன்னாளே,
வயதுக்கவள் வருவாள்நன் வரனுக்குச் சில்லோர்
வருவார்;மணமுடிப் பாள்உனை விடுப்பாள்
வருந்தாதே என்றே, நெஞ்சே கேட்பாயோ?

அ.முகிலன்

தாயின் வலி

பட்டிக்காட்டில் வறுமைக்கு பஞ்சமில்லா
பத்தினிக்கு வலிக்கும் பஞ்சமில்லை,

காலை சேவல் கூவும் முன் தொடரும் அவள் வேலை,
கால் நோக சிறிது அமர்ந்தால் போதும் வீதியில்
பறக்கும் அவள் மானம்,

மாமியார் கொடுமையில் அந்நாள் கழியும்,
கால் வயிற்று கஞ்சிக் கூட அரைப் பொழுது
வேலைக்கு பின் கிடைக்கும்,

கிடைக்கும் உணவை தான் பாதி உண்டு,
எனக்கு பாதி ஊட்டி,

என் பசி ஆறாத என் அழுகுரல் அவளின்
கண்ணீரில் கலந்த தாலாட்டில் ஆறும்,

அவளின் வறுமையின் வலி மறந்தது என் பசியின்
கதறல் அவள் ஆறா வலியானதால்....!

இரவின் மடியில் வலியின் ஈரத்தில்
என்னை கட்டி அணைப்பாள் அம்மா...!

மஞ்சுளா சிவராஜ்

தாயை நேசி

அம்மா. இந்த வார்த்தையிலேயே ஏதோ ஒருவித
மனநிறைவான
நிம்மதியான உணர்வு.அதனால் தானோ மனதில்
மட்டுமல்ல உடலில் வலி ஏற்பட்டால் கூட
"அம்மா"என்ற மருந்தை நாவானது அழைக்கின்றது.
ஒரு பெண் ,குழந்தையை பெற்றெடுக்கும் போது
அம்மா என்ற மகத்தான நிலையை அடைகிறாள்.
மகத்தான நிலை என்பதற்கு காரணம்,தாயாகும்
தருவாயில் அவளுக்கு ஏற்படுகின்ற அந்த
வலி."அம்மா"அவளை தவிர யாராலும் தாங்க
இயலாது.
தாயானவள் சேய்'யின் பிஞ்சு முகத்தை காணும்
அத்தருணத்தில் தன் வாழ்வில் பெண் என்ற நிலையை
துறந்து "அம்மா"ஆகிறாள்.
அதற்கு பின் தனக்கென ஒரு "வாழ்வு"என்பதையே
இழந்து கணவன் மற்றும் பிள்ளைகளின் வாழ்வையே
வாழ்கிறாள்.
தன் வாழ்க்கை இவ்வாறு இருக்க வேண்டும் என்ற
கனவுகள் இருந்தாலும் ,அதனை மறைத்தும்,மறந்தும்
ஆயிரம் ஆயிரம் ஆசைகளை கலைத்து வாழும் உயிர்
"அம்மா". இறுதியில் தன் பிள்ளைகள் நன்றி
மறந்து ,அவளை பாரம் என்று கூறி வீதியில் விட்டால்

கூட ,அப்பிள்ளையை பெற்றெடுக்கும் தருவாயில்
இருந்த பூரிப்போடு
இறுதி மூச்சு இருக்கும் வரை வாழும் ஒரே உறவு
"அம்மா"....

Kowsalya.G

தாய் மடி உறக்கம்

பூமியில் நான் கால்
வைக்க வேதனையுடன்
கூடிய புன்னகையை
அவள் கண்டாள்
உன் வயிற்றிற்கு
பால் வார்த்த அன்னைக்கு
நீ வார்த்த பால்
தான் சிரிப்பு
பஞ்சு மெத்தை
கூட தோற்றுப் போனதே
என் தாய் மடி உறக்கத்தில்
நான் வாழும்
வாழ்க்கை கூட
அவள் ஒருவளுக்கு மட்டும்
தான் சமர்ப்பணம்

விஜய் கண்ணையராஜ்

தாய்மை

ஈரைந்து மாதம் கருவில் சுமந்து
உயிர் உறையும் வலியைப் பொறுத்து
முதலடி நான் நடக்க ஆனந்தத்தில் திளைத்தவளே

சேட்டைகளின் சிறுதுளியாய் நானிருக்க
பொறுமையின் பெருஞ்சிகரமாய் இருந்தவளே

உண்ணாமல் நானிருந்தால்
உறங்காமல் தவித்தவளே

உயர்கையில் பணிவு அழகு
தாழ்கையில் பொறுமையழகு
வாழும் வாழ்வு
பெருமைக்கோ
பொறாமைக்கோ
பரிகாசத்திற்கோ அல்ல என்றுரைத்தவளே

ஆதியல்லாமல் பாதியில் நான் வந்தாலும்
அந்தமுமாகி உன் கவியின் சந்தமுமாகி
சொந்தமான நான் என்றும் உனதே அம்மா

பூரணி

தாய் -- சேய்

கடும் வெயிலில்,
சுமைகள் சுமக்க,
வெடிப்பு கொண்ட கால்கள் சிவந்து போக,
பொன் நிற கைகளின் ரேகைகள் மறைய,
உண்ட உணவுகள் எல்லாம் செரித்து,
வியர்வை வழியே வெளியேற,
உடல்வலி மெல்ல மெல்ல உயிரை கொல்ல,
களைப்பின் உச்சிக்கே சென்ற தாய்!
தன் மகளை பார்த்ததும்,
கண்ணீர்த் துடைத்துக் கொண்டு,
வலிகளை மறந்து சிரிக்கிறாள்.
சிரிக்கும் சிரிப்பு பொய்யாக இருப்பினும்,
தாயின் அன்பில் மாற்றமில்லையே!
காலங்கள் கடந்த பின்பும்,
இந்த உறவில் பிரிவில்லையே!

லோ.சந்தியா

தாய்மை மலர்ந்திட நானும் பிறந்தேன்

அன்றொரு நாள்!
கடிகாரமுள்ளின் டிக்டிக் சப்தமா?
இருதயத்தின் லப்டப் சப்தமா?
என்று பதறிய நேரம்
பயமா? வலியா? என்று
அறியாமல் பெருகிய வியர்வை
மூர்ச்சையா? பலவீனமா? என்று
விரைந்து பேசிய சுவாசக்காற்று
மறுபிறவியா? மரணமா? என்று
காதோரம் வந்து கேட்ட கண்ணீர்த்துளி
குழந்தை நலன் பற்றிய தவிப்பு சூழ்ந்திட
பிரசவவலி அது சுகப்பிரசவமாகிட
தாயும் சேயும் நலம் என்றிட
அன்னையான அவளின்
ஆனந்தக் கண்ணீரும் கடலானது!
அன்றொரு நாள்!

Gopika Chellamuthu

தாய்மையின் தனித்துவம்

மரணத்தின் வாயிலில் நின்று
ஜனனத்தைத் தருபவள்!!
மனதைக்கொல்லும் ரணம் கொண்ட வேளையிலும்,
மணம் வீசும் மகிழ்ச்சியினை மழலைகளுக்கு
பரிசளிப்பவள்!!
தனக்கென்று எதுவுமின்றி தாய்ப்பாலில் கூட
தன் குருதியைக் கொடையாய் கொடுப்பவள்!!
இலக்குகள் கொண்ட இதயமது!இருப்பினும்
இவளுக்காக துடிப்பதே இல்லை!! களைத்துப் போன
கால்கள் அது! இருப்பினும் ஓடுவதை
நிறுத்துவதில்லை!!
காய்த்துப்போன கைகள் அது! இருப்பினும்
கொடுப்பதை விடுவதாயில்லை!!உலர்ந்து போன
இதழ்கள் அது!
இருப்பினும் குறுநகையை இழந்ததில்லை!!
அகிலத்தில் அன்பினை அரவணைக்க அன்னை,
அவளுக்கு நிகர் எவருமில்லை!!
பெண்மைக்கு கூட ஆண்மை என்ற எதிர்நிகர் உண்டு!!
தாய்மைக்கு நிகரெதிர் இத்தரணியில் உண்டோ!!!

இரா. இரேணுகா தேவி

தெய்வமானவள்

ஆதியும் தாயே,
என் அண்டமும் அன்னையே,
என் தேகம் நீ,
நான் என்றாலே அம்மா நீ தானே...!
உனையே கிழித்து எனை நீ எடுத்த புனிதத்தில்
வலியை
சகித்த நீ தெய்வமானவள் என்பதில் கர்வம்
கொண்டேன்...!
உன் இரத்தத்தால் அமுதத்தை பாலாக கொடுத்து
என் உயிர் வளர்ததில் நீ வள்ளல்லானாய்..!
மானுடம் கற்பித்தாய்
மாதவம் புரிப்பித்தாய்
பகுத்தறிவு பாக்கியத்தை அறிவித்தாய்
அதுவும் இமைமொழியிலே...!
இத்துணைக்கும் என் அளவில்லா அன்பின் மாலையே
அவள் ஒருவளின் கழுத்துக்கு சமர்ப்பணம்...!

அமிர்தா

தேவதை

உருவானக் கருவாய் நானும்
கருவறையே உலகாய் காணும்
யார் என்னை சுமப்பது என்று பொழுதும் தோன்றும்.
இருட்டறையே சுகமாய் கண்டேன்
வெளிச்சங்கள் வேண்டாம் என்றேன்
வெளிவந்து உன் முகம் காண சம்மதம் தந்தேன்.
கைக்கொண்டு தூக்கினாய் முத்தங்கள் இட
யார் என்னை காப்பது இந்த தேவதை விட
உறங்கிடவே மடியை கொண்டாய்
பருகிடவே முலைகள் தந்தாய்
பிரியாமல் பிணிகள் மறந்து பணிகள் செய்தாய்.
பசியாற்றிய உள்ளம் மறந்தேன்
பாவி நானும் நன்றி மறந்தேன்
புதிதாக உறவுகள் வந்ததும் முதல் உறவை மறந்தேன்.
என்னை விட்டால் உனக்கு யார் என்பதை மறந்தேன்
எனக்கும் நீதான் நிரந்தரம் என்று தெளிந்து
உணர்ந்தேன்.

அருண்வர்ஷன். ரா.

தேவதை அவள்

உரு தெரியா கருவில் என்மீது காதல் கொண்டு
உன் உதிரத்தை உணவாக்கியதால்தான் என்னமோ
பசியை இன்றுவரை அறியவில்லை எனது இரப்பை
ஆனந்த குயில்களின் பாடலும் தோற்றுத்தான்
போனதம்மா நீ பாடிய தாலாட்டில் வலியும்
வேதனையும் என் பிறப்பில் நீ அடைந்ததால்
என்னவோ நானும் கண்ணீரோடு பிறந்தேன்!!!
நின் கரம் பற்றி உச்சி வெயிலில் நடக்கையில்
வெம்மை உணர வைக்காத நின் முந்தானை
அணைப்பிற்கும்
உலகின் அழகு அனைத்தும் என்னிடமே உள்ளது
எனக்கூறி
கன்னக்குழியில் மையினால் மச்சம் தீட்டிய
உன் அன்பிற்கும் முன்னால் ஆண்டவனும்
தோல்வியைச் சந்தித்தான்...
என் கண்மணியின் மொழி அறிந்து
என் மனதின் ஏக்கம் தீர்க்க வந்த தேவதையும் நீதானே
"அம்மா"
கடவுளிடம் வரமொன்று யாசிக்கிறேன்
மீண்டும் நின் மடியில் துயில் கொண்டு
அனைத்தையும் மறக்கும் நாளினை....

தமிழினி

நானும் அவளும்

வாழ்க்கை என்னும் புத்தகத்தில்
வாசிக்க மறந்த புத்தகம் நீ!
உன் கருவில் என்னை சுமந்தாய் மகள் என்று
ஏற்றுக்கொண்டாய் உன்
மகளென்று நான் உன்னை அழைக்கும்
முன்னரே நீ அழைத்து மகிழ்ந்தாய்
மகளே என்று அதனால் தான் என்னுயிர் பிரியும்
முன்னே
நீ பிரிந்தாயா? உன் உறவால் பின்னப்பட்டது தான் என்
வாழ்நாள்
அதை மறந்தது ஏனோ? மேதைப் போல் இருந்தும்
பேதையாகிறேன் உன் அன்பில்..... கருவில் சுமந்த
என்னை
காலத்துக்கும் சுமக்க முடியவில்லையா?
காலத்தால் சுமக்க மறந்த நீ இன்று காயத்தை
சுமக்கிறேன் உன் பிரிவால்...
உயிரயற்ற எழுத்துக்கள் உயிர்க்கொள்கிறது உன்னால்
இன்று
ஆனால் உயிருள்ள நானோ?
என்றும் என் நிழலாக அவள்...

வேல்விழி வெங்கடேசன்

நெஞ்சம் நெய்த காதல் இது!

தெருமுனையில் தென்றல் தெற்கு நோக்கி
நகர்ந்துச்சாம்!...
அந்திமாலை பொழுது குழந்தைகள் கூச்சல்
அடர்ந்துச்சாம்!...
மணல் குவியலில் விளையாடிக் கொண்டிருந்த
வாண்டுகள்!...
அடுத்தாற்போல் அட்டக்கருப்பு பிராணிகள் கூடுச்சாம்!...
ஐந்து குட்டிகளுடன் பசிக்கு இரை நாடி வந்துச்சாம்
பன்றி!...
தொண்டையில் உணவு சிக்கல் போது பிக்கல்!...
எதிரே ஏடாகூடமாய் வந்த சரக்குந்து குட்டி மேல்
மோதல்!...
தன்னுயிர் தங்கிய வேறுயிரின் ஆபத்தின் பயந்து
நடுங்குச்சாம்!...
உறுமி கொண்டே அங்கும் இங்கும் ஓடுச்சாம்!...
கண் தொலைவில் குட்டி அகப்படவில்லை!...
மீதம் குட்டிகளுடன் தேடத் தொடங்குச்சாம்!...
நெடுந்தூரத்தில் நெஞ்சுடன் இணைந்துச்சாம்!..
இணையற்ற தேடல் அவளே அம்மா!..
அண்டம் சுற்றினும் எங்கே பெற முடியும்?இவளை!..
வரிகளால் உணரவில்லை, நேரிலே நெகிழ்ந்தேன்!..

கலாம் நேசகி அபிதா

பெண்

அழியும் உலகைத் தெளிந்த அறிவைக்
கொண்டு ஆளப் பிறக்கையில் - ஓர் நடுக்கம்
கூரிய கண்ணோடு வீரிய சொற்களோடு
சென்ற வாழ்வில் பூத்தது புரியாத புதிர்
நடுக்கங்களின் நடுவில் தொடங்கியது
புதுவாழ்க்கை - அதில் சொல்வதைக் கேட்க
செவியுண்டு
மனமில்லை மன முதிர்ச்சிக்கு முன்பே திருமணம்
இருமனம் இணைய முறையற்ற ஓர் இரவு
தெளிந்த நீரோடை குலைந்தது -
கற்களாலும் கருத்துக்களாலும்
தெளிவதற்கு முனைகையில் ஓர் கணம்
மடியிலும் மனதிலும் குடிகொண்டது
இறக்கிவைக்க எண்ணாமல் - இன்னொரு
போராட்டத்திற்கு தயார் ஆனாள்
களைந்து எறியப்பட்ட
சிறப்பிழந்த செல்வம்

ஜெயபிரகாஷ் ஜெ

மகாராணியாய் அவள்

அடுப்படி அரண்மனைக்குள்

அஞ்சறைபெட்டி கருவூலத்தில்

அவருக்கு தெரியாமல்

அவள் சேர்த்த பணமெல்லாம்

மகனுக்கு புதுத்துணியாய்

மகளுக்கு தங்கமென

கரைந்திட்ட போதிலும்

கறைபடிந்த அறைக்குள்ளே

அழுக்கு துணியோடு

விடுமுறை மறந்து

விடியவதற்கு முன்னெழுந்து

கரிப்பிடித்த பாத்திரத்தில்

கையெழுத்து போட்டுவிட்டு

அன்பென்ற சகாப்தத்தில்

ஆயுள் முழுவதும்

அனுதினமும் உலவுகிறாள் மகாராணியாய்..

சேதுபதி விசுவநாதன்

மகிழ்ச்சியின் மூலதனம் நீ

மண்ணில் பிறக்கையிலே புன்னகை ஏது?
வாழ்வின் புண்ணியம் தான் நூற்றுக்கு நூறு
இணை ஏற்பால் புகுந்தம் ஆனந்தம் அடைய
தாய்மை நிலை தள்ளிப்போக, சமூகம் தூற்ற
கணவன் காதலால் நீ மன உறுதிபெற
காலங்கள் பல கடந்து ஈறாறு ஆண்டுகள் பின்
முத்துக்கள் இரண்டு பெற்றெடுத்தாய்
தாய்மைக்கு தவம் இருந்தாய் அப்போது
தாய்மை பண்பின் உருவமாய் நீ
இப்போது உறவுகள் ஆயிரம் உண்மை ஒருத்தியே
சிற்பங்களாக நாங்கள்;சிற்பியாக நீயே!
எங்கள் மகிழ்ச்சியின் மூலதனம் நீயே!
வாழ்நாளில் காணாத துன்பங்கள் ஏது!
அதைக் கானல் நீராய் மாற்றிய பெருமை உனது!
என்னுள் என்றும் நிற்பாய் என்கிறது என் மனது..!

நந்தகுமார் குணசேகரன்

மழலையின் அரவணைப்பு

சிறகுகள் முளைக்கும் சிறு பறவை...
வானும் மண்ணும் அவன் தோழர்கள்...

தத்தித் தவழும் தாமரை பாதங்களுக்கு சொந்தக்காரன்
அவளுக்கு மட்டும் புரியும் அமுத மொழி பேசும்
அழகன்
குறும்பான அவன் விளையாட்டு....

என அனைத்தையும் ரசித்த கயல்விழி கண்
இமைக்கும் நேரத்தில்
அவனை கட்டி அணைத்து முத்தமிட்டு அவளும்
குழந்தையானால்....
தன் மல்லிகை மொட்டு பற்களை காட்டி

பால் நிலா முகத்தை உடைய அவன் அம்மா....மா...
என்று
தன் முத்த மழையை பொழிய....
ஆனந்த கடலில் கரைந்தால் அவன் தாய்....

ச. ஹரிஷ் ராஜா

மனம் வருந்தாதே தாயே..

பூஜ்யம் போல் கருவாய்
உன் கருவறையில் உருவெடுத்தேனே
பின்
நீ சிறப்பாக செய்த ராஜ்ஜியத்தை
நான் உன்னிடம் இருந்து பறித்து
நான் ராமராஜியம் செய்தேனடி
ஆதலால்
இப்போது உன்னை பூஜ்யமாக
ஆக்கிவிட்டேனே
ஆகையால்
இதை எல்லாம் கண்டு சிறிதாவது
என்னை நீ மன்னித்து விடு
ஒருபோதும்
நீ இதை கண்டு உந்தன் மனதை
கொன்று நீ மனம் வருந்த வேண்டாம் தாயே..!

நான் அன்பு

மீண்டும் அம்மா

அம்மா அம்மா அம்மா
ஆவி போன பின்பும்
ஆசி வேண்டி அழைக்கிறோமே!
என்றாலும் குறையன்றி குகன்
என்றோ அருளுகிறாய் ஆசிகளை
மீண்டும் ஒரு பிறப்பெடுத்து
உன் மடியிலே தவழ
உமாமகேஸ்வரன் அருளவேண்டும்
அவனை பார்த்தால் கேள்
ஏன் உன்னை என்னிடமிருந்து
பிரித்தாய் என்று?
உயிருடன் இருப்பவர்
கண்களில் காட்சி
தரமாட்டாராமே, ஆகவே கேள்
உமாமகேஸ்வரனை, நான் என்ன
பஞ்சமா பாதகமா செய்துவிட்டேனென

சண்முகசுந்தரம் இராஜா

முதல் காதல்

உருவில்லா கருமுதல் என் மேல்
காதல் கொண்டவளே
ஊடல் கொண்டு நான் அழுதால்
உன் காதல் கொண்டுத் தேற்றினாய்
பாடல் நூறு பாடியும்
தேடல் நூறு தேடியும்
ஈடு செய்ய முயல்கிறேன்
உன் அன்பிற்கு முன்னால்
அவ்வாசை கானல் நீராய் ஆனதே
உன் தாய்மொழியால் எனக்கு வாய்மொழி
அருளினாயே
அம்மா! உன் இன்னிசையால் என்
வன்னசையை தூண்டினாய்
என்னாசை செடியும் உன் பாதம் பட்டு பெருந்தோட்டம்
ஆனதே..
உன் ஆசை கமழும் உணர்வு
என்னுள் தேனைச் சுரக்கச் சொல்லுதே...
என் வாழ்வைத் தந்த வானவளான உன்னை
என் வாழ்நாள் முழுதும் பாடுவேனே..

K. Valarmathi

முத்தத்தின் மொழி அவள்

உதிரத்தில் உணவளித்த அவளின் உணர்வுகளுக்கு
சமர்ப்பணம்!
சிங்கார தேரினில் வலம் வருபவள் இவள்.. சிதையுண்டு,
தேகம் இழந்து, தேள்களின் வீதியில் தொடங்கியது
இவளின் வாழ்க்கை சரித்திரம்..
காண்போர்க்கு வேடிக்கை நாடகம், மரண வேதனை
அனுபவித்த இவளுக்கோ மறைந்திடா வடுக்கள்.. ஜனம்
பூரித்திருக்கும் தருவாயில், மகிழ்வுற ஏக்கம் கொண்டது
மனம், எனினும் பாய்மரக் கட்டில், படுக்கையின்
தண்டனை கொடுத்தது.. வலிகள் வரைந்த ஓவியத்தில்
முதலிடம் இவள் முகம்,
கண்டப் பின் மறந்தேனும் இமை கூட மூட மறுக்கும்..
பூக்களும் இவளின் கருங்கூந்தல் தேடி படையெடுக்கும்
வாசம் நுகர..
முள்பயணம் இவளின் பாதை..ஆனால் எதிர்க்கொண்ட
பாதையில் உதட்டின் ஓரத்தில் சத்தமிடும் சிரிப்புடன்
கடந்திடும் மழலையின் மறு வடிவம்..
மனவலிமையினை விடாதிருக்கும் அஞ்சா திடம்,
அம்மா எனும் வார்த்தை, ஒருவராலும் உருவாக்க
இயலாத கடவுளின் ஆயுதம்..
விழுந்தவள்தான், எழுந்து நின்ற போது, வெற்றியே
மண்டியிட்டது,
தோற்றேன் என்று...

Kushpoo

மூன்றெழுத்து மந்திரத்திற்காய்

மூன்றெழுத்தில் இவள் மூச்சாகி...!!!
பத்துத் திங்கள் ரணமான வலியை சுகமாய் ஏற்று...!!
என்னைப் புறந்தள்ளிய அடுத்த நொடியே
அத்தனை வலிகளைத்தாங்கி புன்னகைத்த இளவரசி...!!
என் புன்னகையின் முகவரி
அந்த மூன்றெழுத்து மந்திரம்
அவள் இன்றளவும் எனக்காய் தாங்கும் வலிகளை
எடுத்துச் சொல்ல வரிகள் போதாது....!!!
வாழ்வு நிலையில் எனைத் தாங்கும் தேவதைக்கு
"இந்த மகளின் வாழ்வு முழுவதும் சமர்ப்பணமே"...!!

சுவேதா.கண்ணதாசன்

மௌன மொழி

தனக்கென தனி கனா இல்லாதவள்!!! தரணியின்
தாயாவாள் அவள்...
தந்தையன்பின் ஊற்று அவள்... தாலாட்டு பாடும்
இசை அவள்..
தண்ணீரின் தாகம் அவள்...கண்ணீரின் கானல்
அவள்...
என்று புகழ்மொழி பாடும் இவ்வுலகம் ஒருபோதும்
அவளுள் புதைந்த எண்ணங்களுக்கு
செவிசாய்ப்பதில்லை!
நீ தரும் பட்டங்களும் வேண்டாம்! பாடம் சொல்லும்
சாதகங்களும் வேண்டாம்! அவள் எவரையும்
பழிப்பதில்லை... பாரபட்சமும் காட்டுவதில்லை...
ஆனால் அவள் கனாக்கள் மட்டும் எப்பொழுதும்....
ஏனோ? கேள்விக்குறியாவே போகின்றன! அவளின்
வலிகளை நீ உணர அவளிடம் பேசித்தான் உணர
வேண்டும் என்பதில்லை...
அவளின் தாய்மையின் ஆழத்தை அறிய
மௌனத்தில் அவளின் வலியை கண்டிடு!!
அவள் மௌனம் மொழியும் கனவின் வலியை
ஒருபோதும் அவள் வார்த்தைகள் மொழிவதில்லை!!!
பேசிடு மௌனமாய்....

சங்கீதா நாகு

யார்? அவள்

சுமைகளையும் சுகங்களாக மாற்றியவள் அவள்
எனது வேகத்தை விவேகமாக
மாற்றியவள் அவள்
என்னை பேராண்மை மிக்கவளாக விளங்கச் செய்தவள்
அவள்
வாய்த்த சுகங்களை எல்லாம் மொத்தமாக எனக்காக
மகிழ்ச்சியோடு கொடுத்தவள் அவள்
இயற்கை இவ்வுலகிற்கு கொடுத்த நன்மையைக்
காட்டிலும்,
எனக்காக அவள் செய்த நன்மைகள்
யாவும் எண்ணில் அடங்காதவை யார் ? அவள்
அவள் எனக்கானவள்; என் அன்பிற்கு என்றென்றும்
உரியவள் அவள் தன் உயிரையும் , வலியையும்
பொருட்படுத்தாமல்
நான் வாழ உயிர் கொடுத்தவள் அவள்
அவள் என் "அம்மா"

பரணி

ரசிகை

உயிர்கள் அனைத்தும் உச்சரிக்கும் ஒற்றைக் கவிதை
அவள்.....
உதிரத்தின் புரோட்டீன் பிழிந்து உணவாக்கித்
தருபவள்.....
உடுத்தும் சேலையில் ஊஞ்சல் கட்டி ஆட்டியவள்.....
பிள்ளைகளின் சிரிப்பில் பிணி மறப்பவள்.....மிச்சமுள்ள
உணவில்
உயிர் வளர்ப்பவள்.....கடுகு டப்பாவிலும்.....
பீடித் தட்டிலும்..... உடைக்கப்பட்ட உண்டியலிலும்.....
முகம் துடைக்கும் முந்தானையிலும்.....
அவள் சிறுகச் சிறுகச் சேர்த்த சில்லறைகளின் மகிமை
மாத இறுதியில் மட்டுமே புலப்படும்.....
இத்துப்போன அந்த ஒற்றை ஜீவனிடம்
இருப்பதெல்லாம் எடுத்து எடுத்து எனக்கே சலித்துப்
போனது.....
கொடுத்த அவளுக்குக் கொஞ்சமும் சலிப்பில்லை.....
உணர்ந்து கொள்.....!
உருவம் பார்க்கும் முன்னரே உன் ரசிகை அவள்.....!!
இனியாவது மாறு.....!!! அடுத்தவரின் ரசிகனாக
இல்லாமல்
அன்னையின் ரசிகனாக..

மு.முத்துக்குமார்

வக்கில்லை எனக்கு

அருகே நீ இல்லை என்றாலும்
உன் அன்புக்கு ஈடாகுமா
உன்வயிறு பசித்த நிலையிலும்
என் தாகம் தீர்த்தாயே
உன் கருவறையில் சுமந்த என்னை
காலத்தால் கடவுள் செய்த பிழைக்கு நான் பழியாகி
விட்டேன்
ஒரு வேளை சோறு உன் பசியாற்றா
அதை உனக்கு அளிக்க வாய்ப்பில்லை எனக்கு
உயிர் கொடுத்த உனக்கு உடை கொடுக்க
வக்கில்லையா எனக்கு
உன் உதிரம் கொடுத்து என்னை தந்தாய் இவ்வுலகுக்கு
இணை இல்லை அதற்கு வேறு எதுவும்
காலத்தால் நான் செய்த பாவம்
என்ன இறைவா
இந்த கையறு நிலையில் என் வாழ்க்கை

இளையோன் முத்து

வலியில் புன்னகை

குழந்தையின் கைத் தெரியும் அளவுக்கு...

அம்மா அலறிய படி

வாய் திறந்தால்...

உடம்பெங்கும் அம்மை வந்தது போல் ..

வியர்வை வந்து சோர்வானால்

உலை கொதித்த சோறானால்

உலகத்தின் எண்ணிக்கை உயர...

இப்போ ஒரு உயிர் வர துடிக்குது கீழே...

கடலை பிளர்ந்து வரும் சூரியனை

போலவே... அவள் உடல் பிளந்து ... ஒரு நிலா...

இருட்டு சுரங்கத்தில் இருந்து

தங்கத்தை .. பிளந்து எடுக்க...

கொதிக்கும் எரிமலை மேல்..

கடல் வந்து குதித்தது போல்..

அமைதி... மூச்சு விடும்..

நேரத்தில் மற்றும் ஒரு அலறல்...

அங்கு இருந்த முகங்கள்

சிரித்த படி

Bala Suresh

வலியின் குரல்

வலி என்ற ஒவ்வொரு படி உயரும்
பொழுது காயம் என்ற மருந்தை பரிசளிப்பது மட்டும்
இன்றி
நம்பிக்கை என்ற கோல் உடைக்கப்பட்டு தான்
செய்வது சரியா தவறா
என்ற குழப்ப நீரில் நீந்திக் கொண்டு வாழ்க்கையே
இருள் சூழ்ந்து காணப்படுகிறது பொய்மை என்னும்
உறவில்...
ஆனால் இவ்வலியோ இரு உள்ளங்களின்
நினைவுச் சின்னமாய் அழகிய சிறப்பமாய்
தன் பிஞ்சு சிசுவை இவ்வுலகிற்கு அறிமுகப்
படுத்துவது மட்டும் அல்லாமல்
தன் குழந்தையின் நன்மைக்காகவும்
எதிர்காலத்திற்காகவும்
எத்தனை சோதனை
எத்தனை சவால்கள் எல்லாவற்றையும்
தனி ஒரு பெண்ணாக தன் குழந்தையின்
நம்பிக்கை சின்னமாக வாழ்க்கை வண்ணமயமான
பாதையில் செல்கிறது தாய்மை என்னும் உறவில்...

நந்தினி சாமிநாதன்